I0361592

TRANZLATY

El idioma es para todos

ภาษาเป็นสิ่งที่ทุกคนต้องการ

La Bella y la Bestia

ความงามและสัตว์ร้าย

Gabrielle-Suzanne Barbot de Villeneuve

Español / ไทย

Copyright © 2025 Tranzlaty
All rights reserved
Published by Tranzlaty
ISBN: 978-1-80572-095-9
Original text by Gabrielle-Suzanne Barbot de Villeneuve
La Belle et la Bête
First published in French in 1740
Taken from The Blue Fairy Book (Andrew Lang)
Illustration by Walter Crane
www.tranzlaty.com

Había una vez un rico comerciante
ครั้งหนึ่งมีพ่อค้าที่ร่ำรวยคนหนึ่ง
Este rico comerciante tuvo seis hijos.
พ่อค้าผู้มั่งมีคนนี้มีลูกหกคน
Tenía tres hijos y tres hijas.
เขามีลูกชายสามคนและลูกสาวสามคน
No escatimó en gastos para su educación
เขาไม่ประหยัดค่าใช้จ่ายสำหรับการศึกษาของพวกเขา
Porque era un hombre sensato
เพราะเขาเป็นคนที่มีสามัญสำนึก
pero dio a sus hijos muchos siervos
แต่พระองค์ก็ทรงให้บุตรของพระองค์มีคนรับใช้มากมาย
Sus hijas eran extremadamente bonitas
ลูกสาวของเขาสวยมาก
Y su hija menor era especialmente bonita.
และลูกสาวคนเล็กของเขาก็น่ารักเป็นพิเศษ
Desde niña ya admiraban su belleza
ตั้งแต่เด็กความงามของเธอเป็นที่ชื่นชมแล้ว
y la gente la llamaba por su belleza
และผู้คนต่างเรียกเธอด้วยความงามของเธอ
Su belleza no se desvaneció a medida que envejecía.
ความงามของเธอไม่ได้จางหายไปเมื่อเธออายุมากขึ้น
Así que la gente seguía llamándola por su belleza.
ผู้คนจึงเรียกเธอด้วยความงามของเธอ
Esto puso muy celosas a sus hermanas.
ทำให้พี่สาวของเธออิจฉามาก
Las dos hijas mayores tenían mucho orgullo.
ลูกสาวคนโตทั้งสองคนมีความภาคภูมิใจอย่างมาก

Su riqueza era la fuente de su orgullo.
ความมั่งคั่งของพวกเขาคือที่มาของความภูมิใจของพวกเขา
y tampoco ocultaron su orgullo
และพวกเขาก็ไม่ได้ซ่อนความภูมิใจของพวกเขาด้วย
No visitaron a las hijas de otros comerciantes.
พวกเขาไม่ได้ไปเยี่ยมลูกสาวพ่อค้าคนอื่นเลย
Porque sólo se encuentran con la aristocracia.
เพราะเขาเจอแต่พวกขุนนางเท่านั้น
Salían todos los días a fiestas.
พวกเขาออกไปงานปาร์ตี้ทุกวัน
bailes, obras de teatro, conciertos, etc.
บอล ละคร คอนเสิร์ต ฯลฯ
y se rieron de su hermana menor
แล้วพวกเขาก็หัวเราะเยาะน้องสาวคนเล็กของพวกเขา
Porque pasaba la mayor parte del tiempo leyendo
เพราะเธอใช้เวลาส่วนใหญ่ไปกับการอ่านหนังสือ
Era bien sabido que eran ricos
เป็นที่รู้กันดีว่าพวกเขาเป็นคนร่ำรวย
Así que varios comerciantes eminentes pidieron su mano.
พ่อค้าชื่อดังหลายรายจึงมาขอเงินจากพวกเขา
pero dijeron que no se iban a casar
แต่พวกเขาก็บอกว่าพวกเขาจะไม่แต่งงาน
Pero estaban dispuestos a hacer algunas excepciones.
แต่พวกเขาก็เตรียมที่จะให้มีข้อยกเว้นบางประการ
"Quizás podría casarme con un duque"
"บางทีฉันอาจจะแต่งงานกับดยุคได้"
"Supongo que podría casarme con un conde"
"ฉันคิดว่าฉันคงแต่งงานกับเอิร์ลได้"

Bella agradeció muy civilizadamente a quienes le propusieron matrimonio.
นางงามก็ขอบคุณผู้ที่ขอเธอแต่งงานอย่างสุภาพมาก
Ella les dijo que todavía era demasiado joven para casarse.
เธอบอกพวกเขาว่าเธอยังเด็กเกินไปที่จะแต่งงาน
Ella quería quedarse unos años más con su padre.
เธออยากอยู่กับพ่ออีกสักสองสามปี
De repente el comerciante perdió su fortuna.
ทันใดนั้นพ่อค้าก็สูญเสียทรัพย์สมบัติของเขาไป
Lo perdió todo excepto una pequeña casa de campo.
เขาสูญเสียทุกสิ่งทุกอย่างยกเว้นบ้านในชนบทหลังเล็ก
Y con lágrimas en los ojos les dijo a sus hijos:
และเขาเล่าให้ลูกๆ ฟังทั้งน้ำตาว่า:
"Tenemos que ir al campo"
"เราต้องไปชนบท"
"y debemos trabajar para vivir"
"และเราจะต้องทำงานเพื่อเลี้ยงชีพ"
Las dos hijas mayores no querían abandonar el pueblo.
ลูกสาวคนโตทั้งสองคนไม่อยากออกจากเมือง
Tenían varios amantes en la ciudad.
พวกเขามีคู่รักหลายคนในเมือง
y estaban seguros de que uno de sus amantes se casaría con ellos
และพวกเขาก็มั่นใจว่าคนรักของพวกเขาคนหนึ่งจะต้องแต่งงานกับพวกเขา
Pensaban que sus amantes se casarían con ellos incluso sin fortuna.
พวกเขาคิดว่าคนรักของพวกเขาจะแต่งงานกับพวกเขาแม้ว่าจะไม่

มีโชคลาภก็ตาม

Pero las buenas damas estaban equivocadas.

แต่สตรีที่ดีกลับเข้าใจผิด

Sus amantes los abandonaron muy rápidamente

คนรักของพวกเขาละทิ้งพวกเขาไปอย่างรวดเร็วมาก

porque ya no tenían fortuna

เพราะพวกเขาไม่มีทรัพย์สมบัติอีกต่อไป

Esto demostró que en realidad no eran muy queridos.

นี่แสดงให้เห็นว่าพวกเขาไม่ได้เป็นที่ชื่นชอบจริงๆ

Todos dijeron que no merecían compasión.

ทุกคนบอกว่าไม่สมควรได้รับความสงสาร

"Nos alegra ver su orgullo humillado"

"เรารู้สึกยินดีที่เห็นความภาคภูมิใจของพวกเขาได้รับการบรรเทาล

ง"

"Que se sientan orgullosos de ordeñar vacas"

"ให้พวกเขาภูมิใจในการรีดนมวัว"

Pero estaban preocupados por Bella.

แต่พวกเขาสนใจเรื่องความสวยงาม

Ella era una criatura tan dulce

เธอเป็นสิ่งมีชีวิตที่น่ารักมาก

Ella hablaba tan amablemente a la gente pobre.

เธอพูดจาดีกับคนจนมาก

Y ella era de una naturaleza tan inocente.

และนางมีนิสัยบริสุทธิ์มาก

Varios caballeros se habrían casado con ella.

สุภาพบุรุษหลายท่านคงจะแต่งงานกับเธอ

Se habrían casado con ella aunque fuera pobre

พวกเขาคงจะแต่งงานกับเธอแม้ว่าเธอจะยากจนก็ตาม
pero ella les dijo que no podía casarlos
แต่เธอบอกพวกเขาว่าเธอไม่สามารถแต่งงานกับพวกเขาได้
porque ella no dejaría a su padre
เพราะเธอไม่ยอมทิ้งพ่อของเธอ
Ella estaba decidida a ir con él al campo.
เธอตั้งใจจะไปกับเขาที่ชนบท
para que ella pudiera consolarlo y ayudarlo
เพื่อที่เธอจะได้ปลอบใจและช่วยเหลือเขาได้
La pobre belleza estaba muy triste al principio.
นางงามผู้น่าสงสารเสียใจมากในตอนแรก
Ella estaba afligida por la pérdida de su fortuna.
เธอเสียใจกับการสูญเสียทรัพย์สมบัติของเธอ
"Pero llorar no cambiará mi suerte"
"แต่การร้องไห้ก็ไม่ได้เปลี่ยนแปลงโชคชะตาของฉันได้"
"Debo intentar ser feliz sin riquezas"
"ฉันต้องพยายามทำให้ตัวเองมีความสุขโดยไม่ต้องมีเงินทอง"
Llegaron a su casa de campo
พวกเขามาถึงบ้านในชนบทของพวกเขาแล้ว
y el comerciante y sus tres hijos se dedicaron a la agricultura
และพ่อค้ากับบุตรทั้งสามก็พากันประกอบอาชีพเกษตรกรรม
Bella se levantó a las cuatro de la mañana.
สาวสวยตื่นมาตอนตีสี่
y se apresuró a limpiar la casa
แล้วเธอก็รีบทำความสะอาดบ้าน
y se aseguró de que la cena estuviera lista
และเธอก็ทำให้แน่ใจว่าอาหารเย็นพร้อมแล้ว
Al principio encontró su nueva vida muy difícil.

ในตอนแรกเธอพบว่าชีวิตใหม่ของเธอนั้นยากมาก
porque no estaba acostumbrada a ese tipo de trabajo
เพราะเธอไม่เคยชินกับงานเช่นนี้
Pero en menos de dos meses se hizo más fuerte.
แต่ในเวลาไม่ถึงสองเดือนเธอก็แข็งแกร่งขึ้น
Y ella estaba más sana que nunca.
และเธอก็มีสุขภาพแข็งแรงมากกว่าเดิม
Después de haber hecho su trabajo, leyó
หลังจากที่เธอทำการบ้านเสร็จแล้วเธอก็อ่านหนังสือ
Ella tocaba el clavicémbalo
เธอเล่นฮาร์ปซิคอร์ด
o cantaba mientras hilaba seda
หรือเธอร้องเพลงขณะที่เธอปั่นไหม
Por el contrario, sus dos hermanas no sabían cómo pasar el tiempo.
ตรงกันข้าม
น้องสาวทั้งสองของเธอไม่รู้จักใช้เวลาว่างให้เกิดประโยชน์
Se levantaron a las diez y no hicieron nada más que holgazanear todo el día.
พวกเขาตื่นตอนสิบโมงและไม่ทำอะไรเลยนอกจากนอนเล่นทั้งวัน
Lamentaron la pérdida de sus hermosas ropas.
พวกเขาคร่ำครวญถึงการสูญเสียเสื้อผ้าอันสวยงามของตน
y se quejaron de perder a sus conocidos
และพวกเขาบ่นเรื่องการสูญเสียคนรู้จักของพวกเขา
"Mirad a nuestra hermana menor", se dijeron.
"มาดูน้องสาวคนเล็กของเราสิ" พวกเขาพูดต่อกัน
"¡Qué criatura tan pobre y estúpida es!"
"เธอเป็นสิ่งมีชีวิตที่น่าสงสารและโง่เขลาจริงๆ"

"Es mezquino contentarse con tan poco"
"มันหมายถึงการพอใจกับสิ่งเล็กๆ น้อยๆ"
El amable comerciante tenía una opinión muy diferente.
พ่อค้าผู้ใจดีมีความคิดเห็นแตกต่างไปจากเดิมมาก
Él sabía muy bien que Bella eclipsaba a sus hermanas.
เขาตระหนักดีว่าความงามนั้นเหนือกว่าพี่สาวของเธอ
Ella los eclipsó tanto en carácter como en mente.
เธอโดดเด่นกว่าพวกเขาทั้งในด้านบุคลิกและจิตใจ
Él admiraba su humildad y su arduo trabajo.
เขาชื่นชมความอ่อนน้อมถ่อมตนและการทำงานหนักของเธอ
Pero sobre todo admiraba su paciencia.
แต่สิ่งที่เขาชื่นชมที่สุดคือความอดทนของเธอ
Sus hermanas le dejaron todo el trabajo por hacer.
พี่สาวของเธอทิ้งงานทั้งหมดให้เธอทำ
y la insultaban a cada momento
และพวกเขาก็ดูหมิ่นเธอทุกขณะ
La familia había vivido así durante aproximadamente un año.
ครอบครัวนี้อยู่กันอย่างนี้มาประมาณปีหนึ่งแล้ว
Entonces el comerciante recibió una carta de un contable.
แล้วพ่อค้าก็ได้รับจดหมายจากนักบัญชี
Tenía una inversión en un barco.
เขาได้ลงทุนในเรือ
y el barco había llegado sano y salvo
และเรือก็มาถึงอย่างปลอดภัย
Esta noticia hizo que las dos hijas mayores se volvieran locas.
นี้ ทำให้ลูกสาวคนโตทั้งสองเปลี่ยนใจ
Inmediatamente tuvieron esperanzas de regresar a la ciudad.

พวกเขาเริ่มมีความหวังที่จะกลับเข้าเมืองทันที
Porque estaban bastante cansados de la vida en el campo.
เพราะพวกเขาเบื่อหน่ายกับชีวิตชนบทมาก
Fueron a ver a su padre cuando él se iba.
พวกเขาไปหาพ่อของพวกเขาขณะที่เขากำลังจะออกไป
Le rogaron que les comprara ropa nueva
พวกเขาขอร้องให้เขาซื้อเสื้อผ้าใหม่ให้
Vestidos, cintas y todo tipo de cositas.
ชุดเดรส ริบบิ้น และสิ่งของเล็กๆ น้อยๆ มากมาย
Pero Bella no pedía nada.
แต่ความงามไม่ได้เรียกร้องสิ่งใด
Porque pensó que el dinero no sería suficiente.
เพราะเธอคิดว่าเงินคงไม่พอ
No habría suficiente para comprar todo lo que sus hermanas querían.
คงไม่พอที่จะซื้อทุกสิ่งที่น้องสาวของเธอต้องการ
- ¿Qué te gustaría, Bella? -preguntó su padre.
"อยากได้อะไรคะคนสวย" พ่อของเธอถาม
"Gracias, padre, por la bondad de pensar en mí", dijo.
"ขอบคุณคุณพ่อที่กรุณานึกถึงฉัน" เธอกล่าว
"Padre, ten la amabilidad de traerme una rosa"
"คุณพ่อ โปรดกรุณาเอาดอกกุหลาบมาให้ฉันด้วยเถิด"
"Porque aquí en el jardín no crecen rosas"
"เพราะที่นี่ไม่มีกุหลาบขึ้นในสวน"
"y las rosas son una especie de rareza"
"และดอกกุหลาบก็เป็นของหายากชนิดหนึ่ง"
A Bella realmente no le importaban las rosas
ความงามไม่ได้สนใจดอกกุหลาบจริงๆ

Ella solo pidió algo para no condenar a sus hermanas.
เธอขอเพียงบางอย่างไม่ให้ตำหนิพี่สาวของเธอ

Pero sus hermanas pensaron que ella pidió rosas por otros motivos.
แต่พี่สาวของเธอคิดว่าเธอขอดอกกุหลาบเพราะเหตุผลอื่น

"Lo hizo sólo para parecer especial"
"เธอทำแบบนั้นเพียงเพื่อให้ดูพิเศษ"

El hombre amable continuó su viaje.
ชายผู้ใจดีได้ออกเดินทาง

pero cuando llego discutieron sobre la mercancia
แต่พอเขามาถึงก็ทะเลาะกันเรื่องสินค้า

Y después de muchos problemas volvió tan pobre como antes.
และหลังจากผ่านความยากลำบากมากมายเขาก็กลับมาจนเหมือนเดิม

Estaba a un par de horas de su propia casa.
เขาอยู่ห่างจากบ้านของเขาเองเพียงไม่กี่ชั่วโมง

y ya imaginaba la alegría de ver a sus hijos
และเขาจินตนาการถึงความสุขในการได้เห็นลูกๆ ของเขาแล้ว

pero al pasar por el bosque se perdió
แต่พอผ่านป่าไปก็หลงทาง

Llovió y nevó terriblemente
ฝนตกและหิมะตกหนักมาก

El viento era tan fuerte que lo arrojó del caballo.
ลมแรงมากจนเขากระเด็นตกจากหลังม้า

Y la noche se acercaba rápidamente
และกลางคืนก็มาถึงอย่างรวดเร็ว

Empezó a pensar que podría morir de hambre.

เขาเริ่มคิดว่าเขาอาจจะอดอาหาร
y pensó que podría morir congelado
และเขาคิดว่าเขาอาจจะตายด้วยความหนาวตาย
y pensó que los lobos podrían comérselo
และเขาคิดว่าหมาป่าอาจกินเขา
Los lobos que oía aullar a su alrededor
หมาป่าที่เขาได้ยินหอนอยู่รอบตัวเขา
Pero de repente vio una luz.
แต่ทันใดนั้นเขาก็เห็นแสงสว่าง
Vio la luz a lo lejos entre los árboles.
เขาเห็นแสงสว่างอยู่ไกลๆ ผ่านต้นไม้
Cuando se acercó vio que la luz era un palacio.
เมื่อเข้าไปใกล้ก็เห็นว่าแสงนั้นคือวัง
El palacio estaba iluminado de arriba a abajo.
พระราชวังได้รับการส่องสว่างจากบนลงล่าง
El comerciante agradeció a Dios por su suerte.
พ่อค้าขอบคุณพระเจ้าสำหรับโชคของเขา
y se apresuró a ir al palacio
แล้วเขาก็รีบไปยังพระราชวัง
Pero se sorprendió al no ver gente en el palacio.
แต่เขาแปลกใจที่ไม่เห็นคนอยู่ในวัง
El patio estaba completamente vacío.
ลานบ้านว่างเปล่าโดยสิ้นเชิง
y no había señales de vida en ninguna parte
และไม่มีสัญญาณของสิ่งมีชีวิตอยู่เลย
Su caballo lo siguió hasta el palacio.
ม้าของเขาตามเขาเข้าไปในพระราชวัง
y luego su caballo encontró un gran establo

แล้วม้าของเขาก็พบคอกม้าใหญ่
El pobre animal estaba casi muerto de hambre.
สัตว์ที่น่าสงสารนั้นเกือบจะอดอาหารตาย
Entonces su caballo fue a buscar heno y avena.
ม้าของเขาจึงเข้าไปหาหญ้าแห้งและข้าวโอ๊ต
Afortunadamente encontró mucho para comer.
โชคดีที่เขาพบอาหารมากมาย
y el mercader ató su caballo al pesebre
และพ่อค้าก็ผูกม้าของตนไว้กับรางหญ้า
Caminando hacia la casa no vio a nadie.
เดิน ไปทางบ้านไม่เห็นใครเลย
Pero en un gran salón encontró un buen fuego.
แต่ในห้องโถงใหญ่เขาพบไฟที่ดี
y encontró una mesa puesta para uno
และเขาพบโต๊ะที่จัดไว้สำหรับหนึ่งคน
Estaba mojado por la lluvia y la nieve.
เขาเปียกจากฝนและหิมะ
Entonces se acercó al fuego para secarse.
เขาจึงเข้าไปใกล้ไฟเพื่อเช็ดตัวให้แห้ง
"Espero que el dueño de la casa me disculpe"
"ผมหวังว่าเจ้าของบ้านคงจะยกโทษให้ผม"
"Supongo que no tardará mucho en aparecer alguien"
"ฉันคิดว่าคงจะไม่นานเกินรอที่จะมีใครปรากฏตัว"
Esperó un tiempo considerable
เขาคอยอยู่นานพอสมควร
Esperó hasta que dieron las once y todavía no venía nadie.
เขาคอยจนกระทั่งตีสิบเอ็ดก็ยังไม่มีใครมา
Al final tenía tanta hambre que no podía esperar más.

ในที่สุดเขาก็หิวมากจนรอไม่ไหวอีกต่อไป
Tomó un poco de pollo y se lo comió en dos bocados.
เขาหยิบไก่มากินหมดภายในสองคำ
Estaba temblando mientras comía la comida.
เขาตัวสั่นขณะกินอาหาร
Después de esto bebió unas copas de vino.
หลังจากนี้เขาก็ดื่มไวน์ไปสองสามแก้ว
Cada vez más valiente, salió del salón.
เขาเริ่มกล้ามากขึ้นจึงเดินออกไปจากห้องโถง
y atravesó varios grandes salones
และเขาเดินผ่านห้องโถงใหญ่หลายห้อง
Caminó por el palacio hasta llegar a una cámara.
เขาเดินผ่านพระราชวังจนมาถึงห้องหนึ่ง
Una habitación que tenía una cama muy buena.
ห้องที่มีเตียงอันดีอย่างยิ่งอยู่ภายใน
Estaba muy fatigado por su terrible experiencia.
เขาเหนื่อยมากจากการทดสอบของเขา
Y ya era pasada la medianoche
และเวลาก็เลยเที่ยงคืนไปแล้ว
Entonces decidió que era mejor cerrar la puerta.
เขาจึงตัดสินใจว่าควรจะปิดประตูเสียดีกว่า
y concluyó que debía irse a la cama
แล้วเขาก็สรุปว่าเขาควรจะเข้านอน
Eran las diez de la mañana cuando el comerciante se despertó.
เป็นเวลาสิบโมงเช้าพ่อค้าจึงตื่นนอน
Justo cuando iba a levantarse vio algo
ขณะที่เขาจะลุกขึ้นก็เห็นบางอย่าง

Se sorprendió al ver un conjunto de ropa limpia.
เขาประหลาดใจเมื่อเห็นชุดเสื้อผ้าสะอาดหมดจด
En el lugar donde había dejado su ropa sucia.
ในสถานที่ที่เขาทิ้งเสื้อผ้าสกปรกของเขาไว้
"Seguramente este palacio pertenece a algún tipo de hada"
"พระราชวังแห่งนี้ต้องเป็นของนางฟ้าบางชนิดแน่ๆ"
" Un hada que me ha visto y se ha compadecido de mí"
" นางฟ้า ที่ได้เห็นและสงสารฉัน"
Miró por una ventana
เขามองผ่านหน้าต่าง
Pero en lugar de nieve vio el jardín más delicioso.
แต่แทนที่จะเห็นหิมะเขากลับเห็นสวนที่น่ารื่นรมย์ที่สุด
Y en el jardín estaban las rosas más hermosas.
และในสวนก็มีดอกกุหลาบที่สวยงามที่สุด
Luego regresó al gran salón.
จากนั้นเขาก็กลับเข้าสู่ห้องโถงใหญ่
El salón donde había tomado sopa la noche anterior.
ห้องโถงที่เขาเคยกินซุปเมื่อคืนก่อน
y encontró un poco de chocolate en una mesita
และเขาพบช็อคโกแลตบนโต๊ะเล็กๆ
"Gracias, buena señora hada", dijo en voz alta.
"ขอบคุณนะท่านหญิงนางฟ้าผู้แสนดี" เขาพูดออกมาดังๆ
"Gracias por ser tan cariñoso"
"ขอบคุณที่คอยห่วงใย"
"Le estoy sumamente agradecido por todos sus favores"
"ผมรู้สึกขอบคุณคุณมากสำหรับความโปรดปรานทั้งหมดของคุณ"
El hombre amable bebió su chocolate.

ผู้ชายที่ใจดีดื่มช็อคโกแลตของเขา
y luego fue a buscar su caballo
แล้วเขาก็ไปหาม้าของเขา
Pero en el jardín recordó la petición de Bella.
แต่ในสวนเขาจำคำขอของความงามได้
y cortó una rama de rosas
และเขาตัดกิ่งกุหลาบออกไป
Inmediatamente oyó un gran ruido
ทันใดนั้นเขาก็ได้ยินเสียงดังมาก
y vio una bestia terriblemente espantosa
และเขาได้เห็นสัตว์ร้ายที่น่ากลัวมาก
Estaba tan asustado que estaba a punto de desmayarse.
เขาตกใจมากจนแทบจะเป็นลม
-Eres muy desagradecido -le dijo la bestia.
"เจ้าช่างเนรคุณยิ่งนัก" สัตว์ร้ายกล่าวกับเขา
Y la bestia habló con voz terrible
และสัตว์ร้ายนั้นก็พูดด้วยน้ำเสียงที่น่ากลัว
"Te he salvado la vida al permitirte entrar en mi castillo"
"ฉันช่วยชีวิตคุณไว้ด้วยการยอมให้คุณเข้ามาในปราสาทของฉัน"
"¿Y a cambio me robas mis rosas?"
"แล้วคุณก็ขโมยดอกกุหลาบของฉันไปเพื่อแลกกับสิ่งนี้เหรอ?"
"Las rosas que valoro más que nada"
"ดอกกุหลาบที่ฉันให้ความสำคัญเหนือสิ่งอื่นใด"
"Pero morirás por lo que has hecho"
"แต่เจ้าจะต้องตายเพราะสิ่งที่เจ้าทำ"
"Sólo te doy un cuarto de hora para que te prepares"
"ฉันให้เวลาคุณเตรียมตัวเพียง 15 นาทีเท่านั้น"
"Prepárate para la muerte y di tus oraciones"

"เตรียมตัวให้พร้อมสำหรับความตายและสวดมนต์ภาวนา"
El comerciante cayó de rodillas
พ่อค้าก็คุกเข่าลง
y alzó ambas manos
และเขาก็ยกมือทั้งสองขึ้น
"Mi señor, le ruego que me perdone"
"ท่านลอร์ด

ข้าพเจ้าขอวิงวอนท่านโปรดยกโทษให้แก่ข้าพเจ้าด้วย"
"No tuve intención de ofenderte"
"ฉันไม่มีเจตนาจะทำให้คุณขุ่นเคือง"
"Recogí una rosa para una de mis hijas"
"ฉันเก็บดอกกุหลาบมาฝากลูกสาวคนหนึ่งของฉัน"
"Ella me pidió que le trajera una rosa"
"เธอขอให้ฉันนำดอกกุหลาบไปให้เธอ"
-No soy tu señor, pero soy una bestia -respondió el monstruo.
"ฉันไม่ใช่เจ้านายของคุณ แต่ฉันเป็นสัตว์ร้าย" สัตว์ประหลาดตอบ
"No me gustan los cumplidos"
"ฉันไม่ชอบคำชม"
"Me gusta la gente que habla como piensa"
"ผมชอบคนที่พูดตามความคิด"
"No creas que me puedo conmover con halagos"
"อย่าคิดว่าฉันจะสะเทือนใจได้เพราะคำเยินยอ"
"Pero dices que tienes hijas"
"แต่คุณบอกว่าคุณมีลูกสาว"
"Te perdonaré con una condición"
"ฉันจะให้อภัยคุณ แต่มีเงื่อนไขข้อหนึ่ง"
"Una de tus hijas debe venir voluntariamente a mi palacio"

"ลูกสาวของคุณคนหนึ่งจะต้องมาที่วังของฉันโดยเต็มใจ"
"y ella debe sufrir por ti"
"และเธอจะต้องทนทุกข์เพื่อคุณ"
"Déjame tener tu palabra"
"ให้ฉันได้พูดคำของคุณ"
"Y luego podrás continuar con tus asuntos"
"แล้วคุณก็สามารถดำเนินกิจการของคุณต่อไปได้"
"Prométeme esto:"
"สัญญากับฉันสิว่า:"
"Si tu hija se niega a morir por ti, deberás regresar dentro de tres meses"
"ถ้าลูกสาวคุณ ไม่ยอมตายแทนคุณ

คุณต้องกลับมาภายในสามเดือน"
El comerciante no tenía intenciones de sacrificar a sus hijas.
พ่อค้าไม่มีเจตนาที่จะเสียสละลูกสาวของตน
Pero, como le habían dado tiempo, quiso volver a ver a sus hijas.
แต่เนื่องจากเขาได้รับเวลาจึงอยากพบลูกสาวอีกครั้ง
Así que prometió que volvería.
เขาจึงสัญญาว่าจะกลับมา
Y la bestia le dijo que podía partir cuando quisiera.
และสัตว์ร้ายนั้นบอกเขาว่าเขาสามารถออกเดินทางได้เมื่อใดก็ได้ตามที่เขาต้องการ
y la bestia le dijo una cosa más
และสัตว์ร้ายก็บอกเขาอีกเรื่องหนึ่ง
"No te irás con las manos vacías"
"ท่านจะต้องไม่จากไปมือเปล่า"
"Vuelve a la habitación donde yacías"

"กลับไปยังห้องที่คุณนอนอยู่"
"Verás un gran cofre del tesoro vacío"
"คุณจะเห็นหีบสมบัติว่างเปล่าขนาดใหญ่"
"Llena el cofre del tesoro con lo que más te guste"
"เติมหีบสมบัติด้วยสิ่งที่คุณชอบที่สุด"
"y enviaré el cofre del tesoro a tu casa"
"แล้วฉันจะส่งหีบสมบัติไปที่บ้านของคุณ"
Y al mismo tiempo la bestia se retiró.
และในเวลาเดียวกันนั้นสัตว์ร้ายก็ถอยกลับไป
"Bueno", se dijo el buen hombre.
"เอาล่ะ" ชายผู้ดีพูดกับตัวเอง
"Si tengo que morir, al menos dejaré algo a mis hijos"
"หากฉันต้องตาย ฉันคงทิ้งบางสิ่งบางอย่างไว้ให้ลูกหลานบ้าง"
Así que regresó al dormitorio.
แล้วเขาก็กลับเข้าไปในห้องนอน
y encontró una gran cantidad de piezas de oro
และเขาพบเศษทองคำจำนวนมากมาย
Llenó el cofre del tesoro que la bestia había mencionado.
เขาเติมหีบสมบัติที่สัตว์ร้ายได้กล่าวถึง
y sacó su caballo del establo
แล้วเขาก็เอาม้าของเขาออกจากคอก
La alegría que sintió al entrar al palacio ahora era igual al dolor que sintió al salir de él.
ความสุขที่เขารู้สึกเมื่อเข้าไปในพระราชวังตอนนี้ก็เท่ากับความเศร้าที่เขารู้สึกเมื่อออกจากพระราชวังไปแล้ว
El caballo tomó uno de los caminos del bosque.
ม้าเดินไปตามทางหนึ่งในป่า
Y en pocas horas el buen hombre estaba en casa.

และอีกไม่กี่ชั่วโมงชายดีก็กลับบ้าน
Sus hijos vinieron a él
ลูกๆ ของเขามาหาเขา
Pero en lugar de recibir sus abrazos con placer, los miró.
แต่แทนที่จะรับการกอดด้วยความยินดี เขากลับมองดูพวกเขา
Levantó la rama que tenía en sus manos.
เขาชูกิ่งไม้ที่อยู่ในมือขึ้นมา
y luego estalló en lágrimas
แล้วเขาก็เริ่มร้องไห้ออกมา
"Belleza", dijo, "por favor toma estas rosas".
"สวยจัง" เขากล่าว "โปรดรับดอกกุหลาบเหล่านี้ไป"
"No puedes saber lo costosas que han sido estas rosas"
"คุณคงไม่รู้หรอกว่าดอกกุหลาบเหล่านี้มีราคาแพงขนาดไหน"
"Estas rosas le han costado la vida a tu padre"
"ดอกกุหลาบเหล่านี้ทำให้พ่อของคุณต้องเสียชีวิต"
Y luego contó su fatal aventura.
แล้วเขาก็เล่าถึงการผจญภัยอันเลวร้ายของเขา
Inmediatamente las dos hermanas mayores gritaron.
พี่สาวคนโตทั้งสองก็ร้องตะโกนออกมาทันที
y le dijeron muchas cosas malas a su hermosa hermana
และพวกเขาก็พูดจาไม่ดีกับน้องสาวคนสวยของพวกเขามากมาย
Pero Bella no lloró en absoluto.
แต่ความงามกลับไม่ร้องไห้เลย
"Mirad el orgullo de ese pequeño desgraciado", dijeron.
"ดูความภูมิใจของเด็กน้อยผู้น่าสงสารคนนั้นสิ" พวกเขาพูด
"ella no pidió ropa fina"
"เธอไม่ได้ขอเสื้อผ้าดีๆ"
"Ella debería haber hecho lo que hicimos"

"เธอควรทำเหมือนกับที่เราทำ"
"ella quería distinguirse"
"เธอต้องการที่จะทำให้ตัวเองแตกต่าง"
"Así que ahora ella será la muerte de nuestro padre"
"ดังนั้นตอนนี้เธอคงเป็นความตายของพ่อของเรา"
"Y aún así no derrama ni una lágrima"
"แต่นางก็ไม่หลั่งน้ำตา"
"¿Por qué debería llorar?" respondió Bella
"ทำไมฉันต้องร้องไห้" บิวตี้ตอบ
"Llorar sería muy innecesario"
"การร้องไห้คงไม่จำเป็นเลย"
"mi padre no sufrirá por mí"
"พ่อของฉันจะไม่ทนทุกข์แทนฉัน"
"El monstruo aceptará a una de sus hijas"
"เจ้าสัตว์ประหลาดจะยอมรับลูกสาวคนหนึ่งของมัน"
"Me ofreceré a toda su furia"
"ฉันจะยอมมอบตัวต่อความโกรธเกรี้ยวของเขา"
"Estoy muy feliz, porque mi muerte salvará la vida de mi padre"
"ผมดีใจมากเพราะการตายของผมจะช่วยชีวิตพ่อไว้ได้"
"mi muerte será una prueba de mi amor"
"ความตายของฉันจะเป็นเครื่องพิสูจน์ความรักของฉัน"
-No, hermana -dijeron sus tres hermanos.
"ไม่หรอกพี่สาว" พี่ชายทั้งสามของเธอกล่าว
"Eso no será"
"นั่นจะไม่เกิดขึ้น"
"Iremos a buscar al monstruo"
"เราจะไปตามหาสัตว์ประหลาดนั้น"

"y o lo matamos..."
"แล้วเราจะฆ่าเขาหรือเปล่า..."
"...o pereceremos en el intento"
"…หรือเราจะพินาศเพราะการพยายามนี้"
"No imaginéis tal cosa, hijos míos", dijo el mercader.
"อย่าคิดเรื่องแบบนั้นเลยลูก" พ่อค้ากล่าว
"El poder de la bestia es tan grande que no tengo esperanzas de que puedas vencerlo"
"พลังของสัตว์ร้ายนั้นยิ่งใหญ่มากจนข้าไม่มีความหวังว่าเจ้าจะเอาชนะมันได้"
"Estoy encantado con la amable y generosa oferta de Bella"
"ผมหลงใหลในความงามอันแสนดีและเอื้อเฟื้อเผื่อแผ่"
"pero no puedo aceptar su generosidad"
"แต่ฉันไม่สามารถยอมรับความเอื้อเฟื้อของเธอได้"
"Soy viejo y no me queda mucho tiempo de vida"
"ฉันแก่แล้ว และคงอยู่ได้ไม่นาน"
"Así que sólo puedo perder unos pocos años"
"ฉันจึงสูญเสียเวลาไปเพียงไม่กี่ปีเท่านั้น"
"Tiempo que lamento por vosotros, mis queridos hijos"
"เวลาที่แม่เสียใจแทนลูกๆ ของแม่"
"Pero padre", dijo Bella
"แต่คุณพ่อ" นางงามกล่าว
"No irás al palacio sin mí"
"เจ้าจะเข้าพระราชวังไม่ได้ถ้าไม่มีข้า"
"No puedes impedir que te siga"
"คุณไม่สามารถหยุดฉันจากการติดตามคุณได้"
Nada podría convencer a Bella de lo contrario.
ไม่มีสิ่งใดสามารถโน้มน้าวใจความงามได้

Ella insistió en ir al bello palacio.
นางยืนกรานจะไปพระราชวังอันวิจิตรงดงาม
y sus hermanas estaban encantadas con su insistencia
และพี่สาวของเธอก็ดีใจกับความยืนกรานของเธอ
El comerciante estaba preocupado ante la idea de perder a su hija.
พ่อค้าเกิดความวิตกกังวลเมื่อคิดว่าจะต้องสูญเสียลูกสาวไป
Estaba tan preocupado que se había olvidado del cofre lleno de oro.
เขากังวลมากจนลืมไปว่ามีหีบที่เต็มไปด้วยทองอยู่
Por la noche se retiró a descansar y cerró la puerta de su habitación.
ในเวลากลางคืนเขาเข้านอนและปิดประตูห้องของเขา
Entonces, para su gran asombro, encontró el tesoro junto a su cama.
แล้วเขาก็พบสมบัติอยู่ข้างเตียงของเขาด้วยความประหลาดใจอย่างยิ่ง
Estaba decidido a no contárselo a sus hijos.
เขาตั้งใจที่จะไม่บอกลูกๆ ของเขา
Si lo supieran, hubieran querido regresar al pueblo.
ถ้าพวกเขารู้พวกเขาคงอยากกลับเมืองไปแล้ว
y estaba decidido a no abandonar el campo
และเขาตั้งใจว่าจะไม่ออกจากชนบทไป
Pero él confió a Bella el secreto.
แต่เขาฝากความงามไว้กับความลับ
Ella le informó que dos caballeros habían llegado.
เธอแจ้งให้เขาทราบว่ามีสุภาพบุรุษสองคนมา
y le hicieron propuestas a sus hermanas
และพวกเขาก็ขอแต่งงานกับน้องสาวของเธอ

Ella le rogó a su padre que consintiera su matrimonio.
เธอได้ขอร้องพ่อของเธอให้ยินยอมให้การแต่งงานของพวกเขา
y ella le pidió que les diera algo de su fortuna
และเธอขอให้เขาแบ่งทรัพย์สมบัติของเขาให้พวกเขาบ้าง
Ella ya los había perdonado.
เธอได้ให้อภัยพวกเขาไปแล้ว
Las malvadas criaturas se frotaron los ojos con cebollas.
พวกสัตว์ร้ายขยี้ตาด้วยหัวหอม
Para forzar algunas lágrimas cuando se separaron de su hermana.
ต้องหลั่งน้ำตาเมื่อต้องแยกทางกับน้องสาว
Pero sus hermanos realmente estaban preocupados.
แต่พี่ชายของเธอเป็นห่วงจริงๆ
Bella fue la única que no derramó ninguna lágrima.
ความงามเป็นสิ่งเดียวที่ไม่หลั่งน้ำตา
Ella no quería aumentar su malestar.
เธอไม่ต้องการให้พวกเขารู้สึกไม่สบายใจเพิ่มมากขึ้น
El caballo tomó el camino directo al palacio.
ม้าเดินไปตามทางตรงไปยังพระราชวัง
y hacia la tarde vieron el palacio iluminado
และเมื่อใกล้ค่ำก็มองเห็นพระราชวังสว่างไสว
El caballo volvió a entrar solo en el establo.
ม้าก็พาตัวเองกลับเข้าคอกอีกครั้ง
Y el buen hombre y su hija entraron en el gran salón.
และชายดีและลูกสาวของเขาเข้าไปในห้องโถงใหญ่
Aquí encontraron una mesa espléndidamente servida.
ที่นี่พวกเขาพบโต๊ะที่จัดเสิร์ฟไว้อย่างงดงาม
El comerciante no tenía apetito para comer

พ่อค้าไม่มีความอยากอาหารที่จะกิน
Pero Bella se esforzó por parecer alegre.
แต่ความงามพยายามที่จะปรากฏให้ปรากฏเป็นความร่าเริง
Ella se sentó a la mesa y ayudó a su padre.
เธอนั่งลงที่โต๊ะและช่วยพ่อของเธอ
Pero también pensó para sí misma:
แต่เธอเองก็คิดกับตัวเองว่า:
"La bestia seguramente quiere engordarme antes de comerme"
"เจ้าสัตว์ร้ายนั่นคงจะอยากทำให้ฉันอ้วนก่อนที่มันจะกินฉัน"
"Por eso ofrece tanto entretenimiento"
"นั่นคือเหตุผลว่าทำไมเขาจึงให้ความบันเทิงได้มากมายเช่นนี้"
Después de haber comido oyeron un gran ruido.
หลังจากที่พวกเขากินเสร็จก็ได้ยินเสียงดังมาก
Y el comerciante se despidió de su desdichado hijo con lágrimas en los ojos.
และพ่อค้าก็กล่าวอำลาลูกสาวผู้เคราะห์ร้ายของเขาด้วยน้ำตาคลอเบ้า
Porque sabía que la bestia venía
เพราะเขารู้ว่าสัตว์ร้ายกำลังจะมา
Bella estaba aterrorizada por su horrible forma.
นางงามตกใจกลัวรูปร่างอันน่าสะพรึงกลัวของเขา
Pero ella tomó coraje lo mejor que pudo.
แต่เธอก็ใช้ความกล้าหาญเท่าที่เธอสามารถทำได้
Y el monstruo le preguntó si venía voluntariamente.
และเจ้าสัตว์ประหลาดก็ถามเธอว่าเธอมาเต็มใจหรือเปล่า
-Sí, he venido voluntariamente -dijo temblando.
"ใช่ ฉันมาด้วยความเต็มใจ" เธอกล่าวด้วยเสียงสั่นเทา

La bestia respondió: "Eres muy bueno"
สัตว์ร้ายตอบว่า "คุณเก่งมาก"
"Y te lo agradezco mucho, hombre honesto"
"และฉันก็ขอบคุณคุณมากนะ คุณคนซื่อสัตย์"
"Continuad vuestro camino mañana por la mañana"
"พรุ่งนี้เช้าคุณไปตามทางของคุณ"
"Pero nunca pienses en venir aquí otra vez"
"แต่ไม่เคยคิดที่จะมาที่นี่อีก"
"Adiós bella, adiós bestia", respondió.
"ลาก่อนนะเจ้าคนสวย ลาก่อนเจ้าสัตว์ร้าย" เขาตอบ
Y de inmediato el monstruo se retiró.
และทันใดนั้นเจ้าสัตว์ประหลาดก็ถอยกลับไป
"Oh, hija", dijo el comerciante.
"โอ้ลูกสาว" พ่อค้ากล่าว
y abrazó a su hija una vez más
และเขาก็กอดลูกสาวของเขาอีกครั้ง
"Estoy casi muerto de miedo"
"ผมแทบจะกลัวตายเลย"
"Créeme, será mejor que regreses"
"เชื่อฉันเถอะ คุณควรกลับไปดีกว่า"
"déjame quedarme aquí, en tu lugar"
"ให้ฉันอยู่ที่นี่แทนคุณ"
—No, padre —dijo Bella con tono decidido.
"ไม่หรอกพ่อ" นางงามกล่าวด้วยน้ำเสียงเด็ดขาด
"Partirás mañana por la mañana"
"ท่านจะต้องออกเดินทางพรุ่งนี้เช้า"
"déjame al cuidado y protección de la providencia"
"ปล่อยให้ฉันอยู่ภายใต้การดูแลและคุ้มครองของพระผู้เป็นเจ้า"

Aún así se fueron a la cama
ถึงกระนั้นพวกเขาก็เข้านอน
Pensaron que no cerrarían los ojos en toda la noche.
พวกเขาคิดว่าพวกเขาจะไม่หลับตาตลอดทั้งคืน
pero justo cuando se acostaron se durmieron
แต่พอพวกเขานอนลงก็หลับไป
Bella soñó que una bella dama se acercó y le dijo:
นางงามฝันเห็นหญิงงามคนหนึ่งมาพูดกับนางว่า
"Estoy contento, bella, con tu buena voluntad"
"ฉันพอใจในความปรารถนาดีของคุณนะคนสวย"
"Esta buena acción tuya no quedará sin recompensa"
"ความดีของท่านนี้จะไม่สูญเปล่า"
Bella se despertó y le contó a su padre su sueño.
นางงามตื่นมาเล่าความฝันให้พ่อฟัง
El sueño ayudó a consolarlo un poco.
ความฝันนั้นช่วยทำให้เขาสบายใจขึ้นบ้างเล็กน้อย
Pero no pudo evitar llorar amargamente mientras se marchaba.
แต่เขาอดไม่ได้ที่จะร้องไห้ด้วยความขมขื่นขณะที่เขากำลังจะจากไป
Tan pronto como se fue, Bella se sentó en el gran salón y lloró también.
พอเขาไปแล้ว นางงามก็นั่งลงในห้องโถงใหญ่แล้วร้องไห้ด้วย
Pero ella decidió no sentirse inquieta.
แต่เธอตั้งใจว่าจะไม่กังวล
Ella decidió ser fuerte por el poco tiempo que le quedaba de vida.
เธอตัดสินใจที่จะเข้มแข็งเพื่อช่วงเวลาอันสั้นที่เธอเหลืออยู่
Porque creía firmemente que la bestia la comería.

เพราะเธอเชื่อมั่นว่าสัตว์ร้ายจะกินเธอ
Sin embargo, pensó que también podría explorar el palacio.
อย่างไรก็ตามเธอคิดว่าเธออาจจะสำรวจพระราชวังก็ได้
y ella quería ver el hermoso castillo
และนางก็อยากชมปราสาทอันสวยงาม
Un castillo que no pudo evitar admirar.
ปราสาทที่เธอไม่อาจละสายตาไปชื่นชม
Era un palacio deliciosamente agradable.
เป็นพระราชวังที่น่ารื่นรมย์มาก
y ella se sorprendió muchísimo al ver una puerta
และเธอก็แปลกใจมากเมื่อเห็นประตู
Y sobre la puerta estaba escrito que era su habitación.
และเหนือประตูก็เขียนไว้ว่าเป็นห้องของเธอ
Ella abrió la puerta apresuradamente
เธอเปิดประตูอย่างรีบเร่ง
y ella quedó completamente deslumbrada con la magnificencia de la habitación.
และเธอก็ตะลึงกับความอลังการของห้องนั้นมาก
Lo que más le llamó la atención fue una gran biblioteca.
สิ่งที่ดึงดูดความสนใจของเธอมากที่สุดคือห้องสมุดขนาดใหญ่
Un clavicémbalo y varios libros de música.
ฮาร์ปซิคอร์ดและหนังสือเพลงหลายเล่ม
"Bueno", se dijo a sí misma.
"เอาล่ะ" เธอพูดกับตัวเอง
"Veo que la bestia no dejará que mi tiempo cuelgue pesadamente"
"ฉันเห็นว่าสัตว์ร้ายจะไม่ปล่อยให้เวลาของฉันหนักเกินไป"
Entonces reflexionó sobre su situación.

แล้วเธอก็ทบทวนถึงสถานการณ์ของเธอ
"Si me hubiera quedado un día, todo esto no estaría aquí"
"ถ้าฉันถูกกำหนดให้อยู่ที่นี่สักวัน ทั้งหมดนี้คงไม่เกิดขึ้น"
Esta consideración le inspiró nuevo coraje.
การพิจารณาเรื่องนี้ทำให้เธอมีกำลังใจใหม่
y tomó un libro de su nueva biblioteca
และเธอก็หยิบหนังสือจากห้องสมุดใหม่ของเธอ
y leyó estas palabras en letras doradas:
และเธออ่านคำเหล่านี้ด้วยตัวอักษรสีทอง:
"Bienvenida Bella, destierra el miedo"
"ยินดีต้อนรับความงาม ขจัดความกลัวออกไป"
"Eres reina y señora aquí"
"คุณเป็นราชินีและเจ้านายที่นี่"
"Di tus deseos, di tu voluntad"
"พูดความปรารถนาของคุณ พูดเจตจำนงของคุณ"
"Aquí la obediencia rápida cumple tus deseos"
"การเชื่อฟังอย่างรวดเร็วจะตอบสนองความปรารถนาของคุณที่นี่"
"¡Ay!", dijo ella con un suspiro.
"อนิจจา" เธอกล่าวด้วยเสียงถอนหายใจ
"Lo que más deseo es ver a mi pobre padre"
"ฉันปรารถนาอย่างยิ่งที่จะได้เห็นพ่อที่น่าสงสารของฉัน"
"y me gustaría saber qué está haciendo"
"และฉันอยากรู้ว่าเขาทำอะไรอยู่"
Tan pronto como dijo esto se dio cuenta del espejo.
เมื่อเธอพูดจบเธอก็สังเกตเห็นกระจก
Para su gran asombro, vio su propia casa en el espejo.
เธอประหลาดใจมากที่เห็นบ้านของตัวเองในกระจก
Su padre llegó emocionalmente agotado.

พ่อของเธอมาถึงในสภาพเหนื่อยล้าทางอารมณ์

Sus hermanas fueron a recibirlo

พี่สาวของเธอไปพบเขา

A pesar de sus intentos de parecer tristes, su alegría era visible.

แม้จะพยายามแสดงอาการเศร้าโศก แต่ความสุขกลับปรากฏชัด

Un momento después todo desapareció

สักครู่ต่อมาทุกอย่างก็หายไป

Y las aprensiones de Bella también desaparecieron.

และความวิตกกังวลของความงามก็หายไปด้วย

porque sabía que podía confiar en la bestia

เพราะเธอรู้ว่าเธอสามารถไว้ใจสัตว์ร้ายนั้นได้

Al mediodía encontró la cena lista.

เมื่อเที่ยงเธอก็พบว่าอาหารเย็นเสร็จแล้ว

Ella se sentó a la mesa

เธอนั่งลงที่โต๊ะ

y se entretuvo con un concierto de música

และเธอได้รับความบันเทิงด้วยการแสดงดนตรี

Aunque no podía ver a nadie

แม้ว่าเธอไม่สามารถมองเห็นใครเลย

Por la noche se sentó a cenar otra vez

ตอนกลางคืนเธอก็มานั่งกินข้าวเย็นอีก

Esta vez escuchó el ruido que hizo la bestia.

คราวนี้เธอได้ยินเสียงสัตว์ร้ายร้องออกมา

y ella no pudo evitar estar aterrorizada

และเธอก็อดไม่ได้ที่จะหวาดกลัว

"belleza", dijo el monstruo

"ความงาม" เจ้าสัตว์ประหลาดกล่าว

"¿Me permites comer contigo?"
"คุณอนุญาตให้ฉันกินข้าวกับคุณได้ไหม"
"Haz lo que quieras", respondió Bella temblando.
"ทำตามที่เธอพอใจ" ความงามตอบด้วยเสียงสั่นเทา
"No", respondió la bestia.
"ไม่" สัตว์ร้ายตอบ
"Sólo tú eres la señora aquí"
"คุณเป็นเจ้านายคนเดียวที่นี่"
"Puedes despedirme si soy problemático"
"ถ้าฉันสร้างปัญหา คุณสามารถส่งฉันไปได้"
"Despídeme y me retiraré inmediatamente"
"ส่งฉันไปเถอะ ฉันจะถอนตัวทันที"
-Pero dime, ¿no te parece que soy muy fea?
"แต่บอกฉันหน่อยสิว่าคุณไม่คิดว่าฉันน่าเกลียดเลยหรือ?"
"Eso es verdad", dijo Bella.
"นั่นเป็นเรื่องจริง" นางงามกล่าว
"No puedo decir una mentira"
"ฉันไม่สามารถโกหกได้"
"Pero creo que tienes muy buen carácter"
"แต่ฉันเชื่อว่าคุณเป็นคนดีมาก"
"Sí, lo soy", dijo el monstruo.
"ฉันเป็นเช่นนั้นจริงๆ" สัตว์ประหลาดกล่าว
"Pero aparte de mi fealdad, tampoco tengo sentido"
"แต่ถึงแม้ฉันจะน่าเกลียดแค่ไหน ฉันก็ไม่มีความรู้สึกเช่นกัน"
"Sé muy bien que soy una criatura tonta"
"ฉันรู้ดีว่าฉันเป็นสิ่งมีชีวิตที่โง่เขลา"
—No es ninguna locura pensar así —replicó Bella.
"การคิดเช่นนั้นไม่ใช่สัญญาณของความโง่เขลา" นางงามตอบ

"Come entonces, bella", dijo el monstruo.

"กินซะนะคนสวย" สัตว์ประหลาดกล่าว

"Intenta divertirte en tu palacio"

"พยายามหาความสนุกสนานในวังของคุณ"

"Todo aquí es tuyo"

"ทุกสิ่งทุกอย่างที่นี่คือของคุณ"

"Y me sentiría muy incómodo si no fueras feliz"

"และฉันคงจะรู้สึกไม่สบายใจมาก หากคุณไม่มีความสุข"

-Eres muy servicial -respondió Bella.

"คุณมีน้ำใจมาก" นางงามตอบ

"Admito que estoy complacido con su amabilidad"

"ข้าพเจ้ายอมรับว่าข้าพเจ้าพอใจในความกรุณาของท่าน"

"Y cuando considero tu bondad, apenas noto tus deformidades"

"และเมื่อฉันคิดถึงความกรุณาของคุณ

ฉันแทบจะไม่สังเกตเห็นความผิดปกติของคุณเลย"

"Sí, sí", dijo la bestia, "mi corazón es bueno".

"ใช่ ใช่" สัตว์ร้ายกล่าว "ใจของฉันดี

"Pero aunque soy bueno, sigo siendo un monstruo"

"ถึงแม้ฉันจะเป็นคนดี แต่ฉันก็ยังเป็นสัตว์ประหลาดอยู่ดี"

"Hay muchos hombres que merecen ese nombre más que tú"

"มีผู้ชายหลายคนที่คู่ควรกับชื่อนั้นมากกว่าคุณ"

"Y te prefiero tal como eres"

"และฉันก็ชอบคุณอย่างที่คุณเป็น"

"y te prefiero más que a aquellos que esconden un corazón ingrato"

"และฉันชอบคุณมากกว่าคนเหล่านั้นที่ซ่อนหัวใจที่ไม่รู้จักบุญคุณ

"

"Si tuviera algo de sentido común", respondió la bestia.
"ถ้าเพียงแต่ข้าพเจ้ามีสติบ้าง" สัตว์ร้ายตอบ

"Si tuviera sentido común, te haría un buen cumplido para agradecerte"
"ถ้าฉันมีสติ ฉันจะกล่าวคำขอบคุณคุณด้วยความยินดี"

"Pero soy tan aburrida"
"แต่ฉันโง่จังเลย"

"Sólo puedo decir que le estoy muy agradecido"
"ผมพูดได้เพียงว่าผมรู้สึกซาบซึ้งต่อคุณมาก"

Bella comió una cena abundante
สาวงามรับประทานอาหารเย็นอย่างอิ่มหนำ

y ella casi había superado su miedo al monstruo
และเธอก็เกือบจะเอาชนะความกลัวสัตว์ประหลาดนั้นได้แล้ว

Pero ella quería desmayarse cuando la bestia le hizo la siguiente pregunta.
แต่เธออยากจะหมดสติเมื่อสัตว์ร้ายถามคำถามต่อไปกับเธอ

"Belleza, ¿quieres ser mi esposa?"
"สวยจัง คุณจะเป็นภรรยาของฉันไหม"

Ella tardó un tiempo antes de poder responder.
เธอใช้เวลาสักพักก่อนที่จะตอบได้

Porque tenía miedo de hacerlo enojar
เพราะเธอเกรงจะทำให้เขาโกรธ

Al final, sin embargo, dijo: "No, bestia".
แต่สุดท้ายเธอก็บอกว่า "ไม่นะ เจ้าสัตว์ร้าย"

Inmediatamente el pobre monstruo silbó muy espantosamente.
ทันใดนั้นสัตว์ประหลาดที่น่าสงสารก็ขู่ฟ่ออย่างน่ากลัวมาก

y todo el palacio hizo eco
และทั้งพระราชวังก็ส่งเสียงดังก้อง

Pero Bella pronto se recuperó de su susto.
แต่นางงามก็หายจากความหวาดกลัวได้ในไม่ช้า
porque la bestia volvió a hablar con voz triste
เพราะสัตว์ร้ายพูดอีกครั้งด้วยน้ำเสียงเศร้าโศก
"Entonces adiós, belleza"
"ลาก่อนนะคนสวย"
y sólo se volvía de vez en cuando
และเขาก็หันกลับมาบ้างเป็นครั้งคราว
mirarla mientras salía
เพื่อดูเธอขณะที่เขาออกไป
Ahora Bella estaba sola otra vez
ตอนนี้ความงามก็อยู่โดดเดี่ยวอีกครั้ง
Ella sintió mucha compasión
เธอมีความรู้สึกสงสารมาก
"Ay, es una lástima"
"น่าเสียดายเป็นพัน"
"algo tan bueno no debería ser tan feo"
"สิ่งใดก็ตามที่มีนิสัยดีไม่ควรจะน่าเกลียดเช่นนี้"
Bella pasó tres meses muy contenta en palacio.
นางงามได้อยู่พระราชวังอย่างสบายใจเป็นเวลา 3 เดือน
Todas las noches la bestia le hacía una visita.
ทุกเย็นสัตว์ร้ายจะมาเยี่ยมเธอ
y hablaron durante la cena
และพวกเขาก็พูดคุยกันระหว่างมื้อเย็น
Hablaban con sentido común
พวกเขาพูดคุยกันด้วยสามัญสำนึก
Pero no hablaban con lo que la gente llama ingenio.
แต่พวกเขาไม่ได้พูดในสิ่งที่คนเรียกว่ามีไหวพริบ

Bella siempre descubre algún carácter valioso en la bestia.
ความงามมักจะค้นพบลักษณะอันล้ำค่าบางอย่างในตัวสัตว์ร้าย

y ella se había acostumbrado a su deformidad
และเธอก็เคยชินกับความพิการของเขาแล้ว

Ella ya no temía el momento de su visita.
เธอไม่กลัวเวลาที่เขามาเยี่ยมอีกต่อไป

Ahora a menudo miraba su reloj.
ตอนนี้เธอดูนาฬิกาของเธอบ่อยๆ

y ella no podía esperar a que fueran las nueve en punto
และเธอไม่สามารถรอจนเกือบเก้าโมงได้

Porque la bestia nunca dejaba de venir a esa hora
เพราะสัตว์ร้ายไม่เคยพลาดการมาในเวลานั้น

Sólo había una cosa que preocupaba a Bella.
มีสิ่งเดียวที่เกี่ยวข้องกับความสวยงาม

Todas las noches antes de irse a dormir la bestia le hacía la misma pregunta.
ทุกคืนก่อนเข้านอน เจ้าสัตว์ร้ายจะถามคำถามเดิมกับเธอ

El monstruo le preguntó si sería su esposa.
สัตว์ประหลาดถามเธอว่าเธอจะเป็นภรรยาของเขาหรือไม่

Un día ella le dijo: "bestia, me pones muy nerviosa"
วันหนึ่งเธอกล่าวกับเขาว่า "เจ้าสัตว์ร้าย

เจ้าทำให้ฉันรู้สึกไม่สบายใจมาก"

"Me gustaría poder consentir en casarme contigo"
"ฉันหวังว่าฉันจะยินยอมแต่งงานกับคุณได้"

"Pero soy demasiado sincero para hacerte creer que me casaría contigo"
"แต่ฉันจริงใจเกินกว่าที่จะทำให้คุณเชื่อว่าฉันจะแต่งงานกับคุณ"

"nuestro matrimonio nunca se realizará"

"การแต่งงานของเราจะไม่มีวันเกิดขึ้น"
"Siempre te veré como un amigo"
"ฉันจะมองคุณเป็นเพื่อนเสมอ"
"Por favor, trate de estar satisfecho con esto"
"โปรดพยายามพอใจกับสิ่งนี้"
"Debo estar satisfecho con esto", dijo la bestia.
"ข้าพเจ้าจะต้องพอใจกับสิ่งนี้" สัตว์ร้ายกล่าว
"Conozco mi propia desgracia"
"ฉันรู้ถึงความโชคร้ายของฉันเอง"
"pero te amo con el más tierno cariño"
"แต่ฉันรักคุณด้วย ความรัก ที่อ่อนโยนที่สุด"
"Sin embargo, debo considerarme feliz"
"อย่างไรก็ตาม ฉันควรจะถือว่าตัวเองมีความสุข"
"Y me alegraría que te quedaras aquí"
"และฉันก็ควรจะดีใจที่คุณจะอยู่ที่นี่"
"Prométeme que nunca me dejarás"
"สัญญากับฉันนะว่าจะไม่ทิ้งฉันไป"
Bella se sonrojó ante estas palabras.
ความงามเขินอายเมื่อได้ยินคำพูดเหล่านี้
Un día Bella se estaba mirando en el espejo.
วันหนึ่งนางงามกำลังมองกระจก
Su padre se había preocupado muchísimo por ella.
พ่อของเธอเองก็กังวลใจและเป็นห่วงเธอ
Ella anhelaba verlo de nuevo más que nunca.
เธอปรารถนาที่จะพบเขาอีกครั้งมากกว่าที่เคย
"Podría prometerte que nunca te abandonaré por completo"
"ฉันสัญญาว่าจะไม่ทิ้งคุณไปเลย"
"Pero tengo un deseo tan grande de ver a mi padre"

"แต่ฉันมีความปรารถนาที่จะพบพ่อมาก"

"Me molestaría muchísimo si dijeras que no"

"ฉันจะเสียใจมากหากคุณปฏิเสธ"

"Preferiría morir yo mismo", dijo el monstruo.

"ฉันอยากตายเสียเองมากกว่า" สัตว์ประหลาดกล่าว

"Prefiero morir antes que hacerte sentir incómodo"

"ฉันยอมตายดีกว่าที่จะทำให้คุณรู้สึกไม่สบายใจ"

"Te enviaré con tu padre"

"ฉันจะส่งคุณไปหาพ่อของคุณ"

"permanecerás con él"

"เจ้าจะต้องอยู่กับเขา"

"y esta desafortunada bestia morirá de pena en su lugar"

"และสัตว์ร้ายตัวนี้จะตายด้วยความเศร้าโศกแทน"

"No", dijo Bella, llorando.

"ไม่" นางงามกล่าวพร้อมร้องไห้

"Te amo demasiado para ser la causa de tu muerte"

"ฉันรักคุณมากเกินกว่าจะเป็นสาเหตุของความตายของคุณได้"

"Te doy mi promesa de regresar en una semana"

"ฉันสัญญาว่าจะกลับมาภายในหนึ่งสัปดาห์"

"Me has demostrado que mis hermanas están casadas"

"คุณได้แสดงให้ฉันเห็นว่าพี่สาวของฉันแต่งงานแล้ว"

"y mis hermanos se han ido al ejército"

"และพี่น้องของฉันได้ไปเข้ากองทัพ"

"déjame quedarme una semana con mi padre, ya que está solo"

"ให้ฉันอยู่กับพ่อสักสัปดาห์หนึ่ง เพราะพ่ออยู่คนเดียว"

"Estarás allí mañana por la mañana", dijo la bestia.

"พรุ่งนี้เช้าเจ้าจะไปถึงที่นั่น" สัตว์ร้ายกล่าว

"pero recuerda tu promesa"
"แต่จงจำคำสัญญาของคุณไว้"
"Solo tienes que dejar tu anillo sobre una mesa antes de irte a dormir"
"คุณเพียงแค่ต้องวางแหวนของคุณไว้บนโต๊ะก่อนเข้านอน"
"Y luego serás traído de regreso antes de la mañana"
"แล้วเจ้าก็จะถูกนำกลับมาให้ทันก่อนรุ่งเช้า"
"Adiós querida belleza", suspiró la bestia.
"ลาก่อนนะที่รัก" สัตว์ร้ายถอนหายใจ

Bella se fue a la cama muy triste esa noche.
คืนนั้นนางงามเข้านอนด้วยความเศร้าใจมาก

Porque no quería ver a la bestia tan preocupada.
เพราะเธอไม่อยากเห็นสัตว์ร้ายเป็นกังวลมากขนาดนั้น

A la mañana siguiente se encontró en la casa de su padre.
เช้าวันรุ่งขึ้นเธอก็พบว่าตัวเองอยู่ที่บ้านของพ่อของเธอ

Ella hizo sonar una campanita junto a su cama.
เธอไปตีระฆังเล็กๆ ข้างเตียงของเธอ

y la criada dio un grito fuerte
และสาวใช้ก็กรี๊ดเสียงดัง

y su padre corrió escaleras arriba
และพ่อของเธอก็วิ่งขึ้นไปชั้นบน

Él pensó que iba a morir de alegría.
เขาคิดว่าเขาจะตายด้วยความยินดี

La sostuvo en sus brazos durante un cuarto de hora.
เขาอุ้มเธอไว้ในอ้อมแขนนานถึงหนึ่งในสี่ของชั่วโมง

Finalmente los primeros saludos terminaron.
ในที่สุดคำทักทายแรกก็ผ่านไป

Bella empezó a pensar en levantarse de la cama.

สาวสวยเริ่มคิดที่จะลุกออกจากเตียง

pero se dio cuenta de que no había traído ropa

แต่เธอรู้ตัวว่าเธอไม่ได้นำเสื้อผ้ามาเลย

pero la criada le dijo que había encontrado una caja

แต่สาวใช้บอกว่าเธอพบกล่องใบหนึ่ง

El gran baúl estaba lleno de vestidos y batas.

หีบใหญ่เต็มไปด้วยชุดราตรีและชุดเดรส

Cada vestido estaba cubierto de oro y diamantes.

ชุดแต่ละชุดถูกประดับด้วยทองและเพชร

Bella agradeció a la Bestia por su amable atención.

นางงามขอบคุณบีสท์สำหรับการดูแลอันแสนดีของเขา

y tomó uno de los vestidos más sencillos

และเธอหยิบชุดหนึ่งที่เรียบง่ายที่สุด

Ella tenía la intención de regalar los otros vestidos a sus hermanas.

เธอตั้งใจจะมอบชุดอื่น ๆ ให้กับน้องสาวของเธอ

Pero ante ese pensamiento el arcón de ropa desapareció.

แต่เมื่อคิดเช่นนั้นหีบเสื้อผ้าก็หายไป

La bestia había insistido en que la ropa era solo para ella.

สัตว์ร้ายยืนกรานว่าเสื้อผ้าเหล่านี้มีไว้สำหรับเธอเท่านั้น

Su padre le dijo que ese era el caso.

พ่อของเธอบอกกับเธอว่านี่คือกรณีนั้น

Y enseguida volvió el baúl de la ropa.

แล้วทันใดนั้นหีบผ้าก็กลับมาอีกครั้ง

Bella se vistió con su ropa nueva

นางงามแต่งตัวด้วยเสื้อผ้าใหม่ของเธอ

Y mientras tanto las doncellas fueron a buscar a sus hermanas.

และระหว่างนั้นคนรับใช้ก็ออกไปตามหาพี่สาวของเธอ
Ambas hermanas estaban con sus maridos.
น้องสาวของเธอทั้งสองอยู่กับสามีของพวกเขา
Pero sus dos hermanas estaban muy infelices.
แต่พี่สาวทั้งสองของเธอกลับไม่มีความสุขเลย
Su hermana mayor se había casado con un caballero muy guapo.
พี่สาวคนโตของเธอได้แต่งงานกับสุภาพบุรุษที่หล่อมากคนหนึ่ง
Pero estaba tan enamorado de sí mismo que descuidó a su esposa.
แต่เขารักตัวเองมากจนละเลยภรรยาของเขา
Su segunda hermana se había casado con un hombre ingenioso.
น้องสาวคนที่สองของเธอแต่งงานกับผู้ชายที่เฉลียวฉลาด
Pero usó su ingenio para atormentar a la gente.
แต่เขาใช้ไหวพริบของตนในการทรมานผู้คน
Y atormentaba a su esposa sobre todo.
และเขายังทรมานภรรยาของเขามากที่สุดอีกด้วย
Las hermanas de Bella la vieron vestida como una princesa
พี่สาวคนสวยเห็นเธอแต่งตัวเหมือนเจ้าหญิง
y se enfermaron de envidia
และพวกเขาก็รู้สึกอิจฉาจนป่วย
Ahora estaba más bella que nunca
ตอนนี้เธอสวยกว่าที่เคย
Su comportamiento cariñoso no pudo sofocar sus celos.
พฤติกรรมความรักใคร่ของเธอไม่อาจระงับความหึงหวงของพวกเขาได้
Ella les contó lo feliz que estaba con la bestia.

เธอเล่าให้พวกเขาฟังว่าเธอมีความสุขกับสัตว์ร้ายนั้นมากเพียงใด
y sus celos estaban a punto de estallar
และความอิจฉาของพวกเขาก็พร้อมที่จะระเบิดออกมา
Bajaron al jardín a llorar su desgracia.
พวกเขาลงไปในสวนเพื่อร้องไห้ถึงความโชคร้ายของพวกเขา
"¿En qué sentido esta pequeña criatura es mejor que nosotros?"
"สิ่งมีชีวิตตัวน้อยๆ นี้ดีกว่าเราอย่างไร?"
"¿Por qué debería estar mucho más feliz?"
"ทำไมเธอถึงต้องมีความสุขมากขนาดนี้?"
"Hermana", dijo la hermana mayor.
"พี่สาว" พี่สาวพูด
"Un pensamiento acaba de golpear mi mente"
"ความคิดหนึ่งก็แวบเข้ามาในใจฉัน"
"Intentemos mantenerla aquí más de una semana"
"เราจะพยายามให้เธออยู่ที่นี่นานกว่าหนึ่งสัปดาห์"
"Quizás esto enfurezca al tonto monstruo"
"บางทีสิ่งนี้อาจทำให้เจ้าสัตว์ประหลาดโง่เขลาโกรธ"
"porque ella hubiera faltado a su palabra"
"เพราะเธอคงจะผิดคำพูด"
"y entonces podría devorarla"
"แล้วเขาก็จะกินเธอได้"
"Esa es una gran idea", respondió la otra hermana.
"นั่นเป็นความคิดที่ดี" น้องสาวอีกคนตอบ
"Debemos mostrarle la mayor amabilidad posible"
"เราต้องแสดงความเมตตาต่อเธอมากที่สุดเท่าที่ทำได้"
Las hermanas tomaron esta resolución
พี่สาวทั้งสองได้ตัดสินใจเรื่องนี้

y se comportaron con mucho cariño con su hermana
และพวกเขาก็แสดงความรักต่อน้องสาวของตนมาก
La pobre belleza lloró de alegría por toda su bondad.
นางงามผู้น่าสงสารร้องไห้ด้วยความยินดีจากความกรุณาของพวกเธอ

Cuando la semana se cumplió, lloraron y se arrancaron el pelo.
เมื่อสัปดาห์นั้นหมดลง พวกเขาก็ร้องไห้และฉีกผม
Parecían muy apenados por separarse de ella.
พวกเขาดูเสียใจมากที่ต้องแยกทางกับเธอ
y Bella prometió quedarse una semana más
และความงามสัญญาว่าจะอยู่ต่ออีกสัปดาห์หนึ่ง
Mientras tanto, Bella no pudo evitar reflexionar sobre sí misma.
ในขณะเดียวกันความงามก็อดไม่ได้ที่จะทบทวนตัวเอง
Ella se preocupaba por lo que le estaba haciendo a la pobre bestia.
เธอเป็นกังวลว่าเธอกำลังทำอะไรกับสัตว์ที่น่าสงสาร
Ella sabía que lo amaba sinceramente.
เธอรู้ว่าเธอรักเขาอย่างจริงใจ
Y ella realmente anhelaba verlo otra vez.
และเธอปรารถนาที่จะพบเขาอีกครั้งจริงๆ
La décima noche también la pasó en casa de su padre.
คืนที่สิบที่เธอใช้เวลาอยู่ที่บ้านพ่อของเธอเช่นกัน
Ella soñó que estaba en el jardín del palacio.
เธอฝันว่าเธออยู่ในสวนพระราชวัง
y soñó que veía a la bestia extendida sobre la hierba
และเธอฝันว่าเห็นสัตว์ร้ายนั้นนอนอยู่บนพื้นหญ้า
Parecía reprocharle con voz moribunda

เขาเหมือนจะตำหนิเธอด้วยน้ำเสียงที่กำลังจะตาย
y la acusó de ingratitud
และเขากล่าวหาเธอว่าเป็นคนเนรคุณ
Bella se despertó de su sueño.
นางงามตื่นจากหลับ
y ella estalló en lágrimas
แล้วเธอก็ร้องไห้ออกมา
"¿No soy muy malvado?"
“ฉันไม่ชั่วร้ายมากใช่ไหม?”
"¿No fue cruel de mi parte actuar tan cruelmente con la bestia?"
"การที่ข้าพเจ้ากระทำไม่ดีต่อสัตว์ร้ายนั้น
ถือเป็นความโหดร้ายของข้าพเจ้ามิใช่หรือ?"
"La bestia hizo todo lo posible para complacerme"
"สัตว์ร้ายทำทุกอย่างเพื่อทำให้ฉันพอใจ"
-¿Es culpa suya que sea tan feo?
“มันเป็นความผิดของเขาเหรอที่เขาขี้เหร่ขนาดนั้น?”
¿Es culpa suya que tenga tan poco ingenio?
“มันเป็นความผิดของเขาหรือเปล่าที่เขามีไหวพริบน้อย?”
"Él es amable y bueno, y eso es suficiente"
“เขาเป็นคนใจดีและดี แค่นั้นก็เพียงพอแล้ว”
"¿Por qué me negué a casarme con él?"
“ทำไมฉันถึงปฏิเสธที่จะแต่งงานกับเขา?”
"Debería estar feliz con el monstruo"
“ฉันควรจะดีใจกับเจ้าสัตว์ประหลาดนั่น”
"Mira los maridos de mis hermanas"
“ดูสามีของน้องสาวฉันสิ”
"ni el ingenio ni la belleza los hacen buenos"

"ไม่ว่าความเฉลียวฉลาดหรือความหล่อเหลาก็ไม่ทำให้พวกเขาเป็นคนดี"
"Ninguno de sus maridos las hace felices"
"สามีของพวกเธอก็ไม่ทำให้พวกเธอมีความสุข"
"pero virtud, dulzura de carácter y paciencia"
"แต่ความดี ความอ่อนหวานของอารมณ์ และความอดทน"
"Estas cosas hacen feliz a una mujer"
"สิ่งเหล่านี้ทำให้ผู้หญิงมีความสุข"
"y la bestia tiene todas estas valiosas cualidades"
"และสัตว์ร้ายนั้นมีคุณสมบัติอันมีค่าเหล่านี้ทั้งหมด"
"Es cierto; no siento la ternura del afecto por él"
"เป็นความจริง ฉันไม่ได้รู้สึกอ่อนโยนต่อเขาเลย"
"Pero encuentro que tengo la más alta gratitud por él"
"แต่ฉันพบว่าฉันรู้สึกขอบคุณเขามากที่สุด"
"y tengo por él la más alta estima"
"และฉันก็มีความนับถือเขาอย่างสูง"
"y él es mi mejor amigo"
"และเขาคือเพื่อนที่ดีที่สุดของฉัน"
"No lo haré miserable"
"ฉันจะไม่ทำให้เขาต้องทุกข์ใจ"
"Si fuera tan desagradecido nunca me lo perdonaría"
"ถ้าฉันเป็นคนเนรคุณขนาดนั้น ฉันคงไม่มีวันให้อภัยตัวเอง"
Bella puso su anillo sobre la mesa.
ความงามวางแหวนของเธอไว้บนโต๊ะ
y ella se fue a la cama otra vez
แล้วเธอก็เข้านอนอีกครั้ง
Apenas estaba en la cama cuando se quedó dormida.

เธอแทบจะเข้านอนก่อนจะหลับไป

Ella se despertó de nuevo a la mañana siguiente.

เธอตื่นขึ้นมาอีกครั้งในเช้าวันรุ่งขึ้น

Y ella estaba muy contenta de encontrarse en el palacio de la bestia.

และนางก็ดีใจมากเมื่อพบว่าตนเองอยู่ในวังของสัตว์ร้ายนั้น

Ella se puso uno de sus vestidos más bonitos para complacerlo.

เธอสวมชุดที่สวยที่สุดของเธอเพื่อเอาใจเขา

y ella esperó pacientemente la tarde

และเธอก็อดทนรอจนถึงตอนเย็น

llegó la hora deseada

ในที่สุด ชั่วโมง แห่งความปรารถนา ก็มาถึง

El reloj dio las nueve, pero ninguna bestia apareció

นาฬิกาตีเก้าโมงแล้วแต่สัตว์ร้ายก็ไม่ปรากฏตัว

Bella entonces temió haber sido la causa de su muerte.

นางงามจึงเกรงว่าตนเป็นสาเหตุที่ทำให้เขาตาย

Ella corrió llorando por todo el palacio.

เธอวิ่งร้องไห้ไปทั่วพระราชวัง

Después de haberlo buscado por todas partes, recordó su sueño.

เมื่อได้ตามหาเขาไปทั่วแล้ว นางก็ระลึกถึงความฝันของตนได้

y ella corrió hacia el canal en el jardín

แล้วเธอก็วิ่งไปที่คลองในสวน

Allí encontró a la pobre bestia tendida.

ที่นั่นเธอพบสัตว์ที่น่าสงสารตัวนั้นนอนเหยียดอยู่

y estaba segura de que lo había matado

และเธอแน่ใจว่าเธอได้ฆ่าเขา

Ella se arrojó sobre él sin ningún temor.

เธอโยนตัวไปหาเขาโดยไม่รู้สึกหวาดกลัวใดๆ
Su corazón todavía latía
หัวใจของเขายังเต้นอยู่
Ella fue a buscar un poco de agua al canal.
เธอตักน้ำจากคลองมา
y derramó el agua sobre su cabeza
แล้วเธอก็เทน้ำลงบนศีรษะของเขา
La bestia abrió los ojos y le habló a Bella.
สัตว์ร้ายลืมตาและพูดคุยกับความงาม
"Olvidaste tu promesa"
"คุณลืมคำสัญญาของคุณ"
"Me rompió el corazón haberte perdido"
"ฉันเสียใจมากที่ต้องสูญเสียคุณไป"
"Resolví morirme de hambre"
"ฉันตั้งใจจะอดอาหารตัวเอง"
"pero tengo la felicidad de verte una vez más"
"แต่ฉันมีความสุขที่ได้พบคุณอีกครั้ง"
"Así tengo el placer de morir satisfecho"
"ฉันจึงมีความสุขที่ได้ตายอย่างพึงพอใจ"
"No, querida bestia", dijo Bella, "no debes morir".
"ไม่นะ เจ้าสัตว์ร้ายที่รัก" นางงามกล่าว "เจ้าจะต้องไม่ตาย"
"Vive para ser mi marido"
"มีชีวิตอยู่เพื่อเป็นสามีของฉัน"
"Desde este momento te doy mi mano"
"จากนี้ไปฉันจะยื่นมือให้คุณ"
"Y juro no ser nadie más que tuyo"
"และฉันสาบานว่าจะไม่มีใครอื่นนอกจากคุณ"
"¡Ay! Creí que sólo tenía una amistad para ti"

"โอ้ย! ฉันคิดว่าฉันมีแค่มิตรภาพกับคุณเท่านั้น"
"Pero el dolor que ahora siento me convence;"
"แต่ความเศร้าโศกที่ฉันรู้สึกอยู่ขณะนี้ก็ทำให้ฉันมั่นใจขึ้นแล้ว"
"No puedo vivir sin ti"
"ฉันไม่สามารถอยู่ได้หากไม่มีคุณ"
Bella apenas había dicho estas palabras cuando vio una luz.
ความงามอันแสนงดงามแทบจะไม่ได้กล่าวคำเหล่านี้เมื่อเธอเห็นแสงสว่าง

El palacio brillaba con luz
พระราชวังส่องประกายด้วยแสง
Los fuegos artificiales iluminaron el cielo
ดอกไม้ไฟที่จุดขึ้นบนท้องฟ้า
y el aire se llenó de música
และอากาศก็เต็มไปด้วยเสียงดนตรี
Todo daba aviso de algún gran acontecimiento
ทุกสิ่งทุกอย่างแจ้งให้ทราบถึงเหตุการณ์สำคัญบางอย่าง
Pero nada podía captar su atención.
แต่ไม่มีอะไรสามารถดึงความสนใจของเธอได้
Ella se volvió hacia su querida bestia.
เธอหันไปหาสัตว์ที่รักของเธอ
La bestia por la que ella temblaba de miedo
สัตว์ร้ายซึ่งเธอสั่นสะท้านด้วยความกลัว
¡Pero su sorpresa fue grande por lo que vio!
แต่ความประหลาดใจของเธอยิ่งใหญ่มากกับสิ่งที่เธอเห็น!
La bestia había desaparecido
สัตว์ร้ายนั้นได้หายไปแล้ว
En cambio, vio al príncipe más encantador.

แต่เธอกลับเห็นเจ้าชายผู้น่ารักที่สุด
Ella había puesto fin al hechizo.
เธอได้ยุติคำสาปแล้ว
Un hechizo bajo el cual se parecía a una bestia.
คาถาที่ทำให้เขาเหมือนสัตว์ร้าย
Este príncipe era digno de toda su atención.
เจ้าชายผู้นี้สมควรได้รับความสนใจจากเธออย่างยิ่ง
Pero no pudo evitar preguntar dónde estaba la bestia.
แต่เธออดไม่ได้ที่จะถามว่าสัตว์ร้ายนั้นอยู่ที่ไหน
"Lo ves a tus pies", dijo el príncipe.
"เจ้าเห็นเขาอยู่ที่เท้าของเจ้า" เจ้าชายกล่าว
"Un hada malvada me había condenado"
"นางฟ้าชั่วร้ายได้ลงโทษฉัน"
"Debía permanecer en esa forma hasta que una hermosa princesa aceptara casarse conmigo"
"ฉันจะคงอยู่ในสภาพนั้นต่อไปจนกว่าเจ้าหญิงที่สวยงามจะยอมแต่งงานกับฉัน"
"El hada ocultó mi entendimiento"
"นางฟ้าซ่อนความเข้าใจของฉันไว้"
"Fuiste el único lo suficientemente generoso como para quedar encantado con la bondad de mi temperamento"
"คุณเป็นคนเดียวเท่านั้นที่ใจกว้างพอที่จะหลงใหลในความใจดีของอารมณ์ของฉัน"
Bella quedó felizmente sorprendida
ความงามก็ประหลาดใจอย่างมีความสุข
Y le dio la mano al príncipe encantador.
และเธอก็ยื่นมือให้เจ้าชายผู้มีเสน่ห์
Entraron juntos al castillo

พวกเขาเข้าไปในปราสาทด้วยกัน
Y Bella se alegró mucho al encontrar a su padre en el castillo.
และนางงามก็ดีใจมากที่ได้พบพ่อของเธอในปราสาท
y toda su familia estaba allí también
และครอบครัวของเธอก็อยู่ที่นั่นด้วย
Incluso Bella dama que apareció en su sueño estaba allí.
แม้แต่หญิงสาวสวยที่ปรากฏในความฝันของเธอก็อยู่ที่นั่นด้วย
"Belleza", dijo la dama del sueño.
"สวยจัง" หญิงสาวในฝันเอ่ย
"ven y recibe tu recompensa"
"มารับรางวัลของคุณสิ"
"Has preferido la virtud al ingenio o la apariencia"
"คุณชอบคุณธรรมมากกว่าไหวพริบหรือรูปลักษณ์"
"Y tú mereces a alguien en quien se unan estas cualidades"
"และคุณสมควรได้รับใครสักคนที่มีคุณสมบัติเหล่านี้รวมกัน"
"vas a ser una gran reina"
"คุณจะเป็นราชินีที่ยิ่งใหญ่"
"Espero que el trono no disminuya vuestra virtud"
"หวังว่าราชบัลลังก์จะไม่ทำให้ความดีของคุณลดน้อยลง"
Entonces el hada se volvió hacia las dos hermanas.
แล้วนางฟ้าก็หันไปหาสองสาว
"He visto dentro de vuestros corazones"
"ฉันได้เห็นภายในใจของคุณแล้ว"
"Y sé toda la malicia que contienen vuestros corazones"
"และข้าพเจ้าทราบถึงความชั่วร้ายที่อยู่ในใจของท่าน"
"Ustedes dos se convertirán en estatuas"
"พวกคุณทั้งสองจะกลายเป็นรูปปั้น"
"pero mantendréis vuestras mentes"

"แต่คุณจะต้องรักษาจิตใจของคุณไว้"
"estarás a las puertas del palacio de tu hermana"
"เจ้าจงยืนที่ประตูวังของน้องสาวเจ้า"
"La felicidad de tu hermana será tu castigo"
"ความสุขของน้องสาวคุณคือการลงโทษคุณ"
"No podréis volver a vuestros antiguos estados"
"คุณจะไม่สามารถกลับไปสู่สถานะเดิมของคุณได้อีกแล้ว"
"A menos que ambos admitan sus errores"
"เว้นแต่คุณทั้งสองจะยอมรับความผิดของตนเอง"
"Pero preveo que siempre permaneceréis como estatuas"
"แต่ฉันคาดการณ์ว่าคุณจะยังคงเป็นรูปปั้นตลอดไป"
"El orgullo, la ira, la gula y la ociosidad a veces se vencen"
"ความเย่อหยิ่ง ความโกรธ ความตะกละ และความขี้เกียจ บางครั้งก็ถูกเอาชนะได้"
" pero la conversión de las mentes envidiosas y maliciosas son milagros"
" แต่ การเปลี่ยนแปลงจิตใจที่อิจฉาและคิดร้ายเป็นปาฏิหาริย์"
Inmediatamente el hada dio un golpe con su varita.
ทันใดนั้นนางฟ้าก็ตีไม้กายสิทธิ์ของเธอ
Y en un momento todos los que estaban en el salón fueron transportados.
และทันใดนั้นทุกคนที่อยู่ในห้องโถงก็ถูกเคลื่อนย้ายออกไป
Habían entrado en los dominios del príncipe.
พวกเขาได้เข้าไปในอาณาจักรของเจ้าชาย
Los súbditos del príncipe lo recibieron con alegría.
ราษฎรของเจ้าชายก็ต้อนรับเขาด้วยความยินดี
El sacerdote casó a Bella y la bestia
บาทหลวงแต่งงานกับเจ้าหญิงนิทราและอสูร

y vivió con ella muchos años
และเขาใช้ชีวิตอยู่ร่วมกับเธอหลายปี
y su felicidad era completa
และความสุขของพวกเขาก็สมบูรณ์
porque su felicidad estaba fundada en la virtud
เพราะความสุขของเขามีรากฐานมาจากคุณธรรม

                            El fin
                            จุดจบ

www.tranzlaty.com

www.ingramcontent.com/pod-product-compliance
Lightning Source LLC
Chambersburg PA
CBHW011551070526
44585CB00023B/2540